gatto

mèo

# coniglio

## thỏ

**cane**

chó

**pulcino**

**gà con**

anatra
vịt

**pecora**

cừu

**capra**

dê

maiale

lợn

**asino**

lừa

cavallo

ngựa

# mucca

## bò

**topo**

chuột

# pipistrello

## dơi

ape

ong

**ragno**

nhện

# volpe

## cáo

**cervo**

hươu

**scoiattolo**

sóc

**riccio**

**nhím**

# gufo

cú

**rana**

**ếch**

serpente
rắn

**procione**

**gấu mèo**

# pappagallo

vẹt

**tucano**

**chim tu căng**

**alligatore**

**cá sấu**

**tartaruga marina**

rùa biển

**fenicottero**

hồng hạc

# pinguino

## chim cánh cụt

**granchio**

cua

# medusa

sứa

**foca**

hải cẩu

**squalo**

**cá mập**

**balena**

cá voi

**orca**

cá voi sát thủ

**stella marina**

**sao biển**

**rinoceronte**

**tê giác**

**panda**

gấu trúc

**scimmia**

khỉ

**leone**

sư tử

tigre

hổ

**elefante**

voi